મુક્તક સંગ્રહ - ૨

પરાગ પંડ્યા

BlueRose
Publishers

First Published in November 2020

ISBN: 978-93-5427-099-4

BLUEROSE PUBLISHERS

www.bluerosepublishers.com

info@bluerosepublishers.com

+91 8882 898 898

Cover Design:

Sanya Rastogi

Typographic Design:

Namrata Saini

Distributed by: BlueRose, Amazon, Flipkart, Shopclues

અર્પણ

મારા "માસી"

સ્વ. પન્નાબેન ચીમનલાલ પંડ્યાના ચરણોમાં....

મારી કલમે

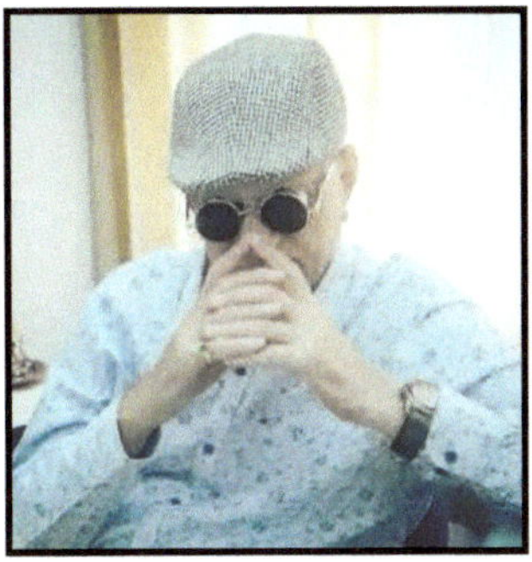

મુક્તક-સંગ્રહ-2- "થનગનાટ"

"પરાગ"નો પ્રણય મિજાજ અને વિરહની વેદનાની અભિવ્યક્તિનો આગવો અંદાજ રોજ "ફેસબુક" અને "ઈન્સ્ટાગ્રામ" પર જોવા મળે છે.

મારી ખાસિયત એ છે કે કલ્પનાના ઘોડા કોઇ પણ જાતના છંદ-સૌંદર્ય , શબ્દાનુપ્રાસ કે શેરિયત જેવા ગઝલ લક્ષણ વગર એક સામાન્ય માનવીની સમજણ મુજબ કાગળ પર રૂપાંતર પામે છે.

જીવનમાં આવતા ચડ-ઉતરની વાતો મારી પોતાની કેફિયત મુજબ "સોશીયલ મીડિયા" પર રોજ અવતરે છે.

ક્યારેક મુક્તક તો ક્યારેક કવિતા તો ક્યારેક માઇક્રોફીક્શન એ મારા ખજાનાની મૂડી છે.

જીવન રોમાન્સ છે – એ ઝલક આ મુક્તક-સંગ્રહ-2 "થનગનાટ" ના શિર્ષકમાં નજરે પડશે.

પ્રેમીઓની છેડ-છાડ અને રોમેન્ટીક ઉમળકાના કિસ્સાઓનું આલેખન પ્રભાવિત કરશે.

મારા આ સાહસને વાચકગણ આવકારશે અને અભિનંદન પાઠવવા યોગ્ય ગણશે એવી આશા.

-- પરાગ સર--

ગાંધીનગર, ગુજરાત.

પ્રસ્તાવના

કહે છે કે મન ખૂબ ચંચળ હોય છે અને ચંચળ મનનાં અવનવા આંચકાઓ દરેકને અનુભવાતા હોય છે. કદાચ કવિજીવનું મન વધુ ચંચળ હશે. એ ચંચળતા પાછળનું વ્યક્તિત્વ કઈ ક્ષણે ક્યા ભાવોને વ્યક્ત કરવા મથતું હશે એ જાણવાની મથામણ તો પ્રસુતાની પીડા વર્ણવવા જેવી વાત છે. મનમાં દિવસરાત ઉછળતા વિવિધ ભાવોને અંદર જ ધરબાયેલા રાખવા બહુ અઘરાં છે. અને એ ભાવો જયારે શબ્દદેહ ધારણ કરીને અવનવા કલેવર ધારણ કરે છે ત્યારે રચાય છે કવિતા, ગીત, ગઝલ, મુક્તક, હાઇકુ વગેરે...

અવનવી ભાવસૃષ્ટિનું સર્જન સર્જકની સપ્તરંગી લાગણીઓનો પ્રવાહ વહેવડાવે છે અને જે વ્યક્ત થાય છે એ અચરજ પમાડે એવો થનગનાટ પ્રગટ કરે છે.

ભાવવિશ્વમાં મહાલતો પરાગ એટલે કે પરાગ સર ! એટલે કે પરાગ પંડ્યા મળવાનું મન થાય એવો માનવી છે. ખૂબ ટૂંકાગાળામાં 'મહેતાબ', 'બોલકો' અને 'ચીરૂ-ચીયૂ' એમ ધડાધડ ત્રણ પુસ્તકો પ્રગટ થઇ જાય એવાં હિલોળા લેતાં વ્યક્તિત્વનો ધારક એટલે પરાગ પંડ્યા.

જયારે મને ફેસબુક પર એમના મુક્તકો અને અન્ય સ્વરૂપે પ્રગટ થતી પંક્તિઓ વાંચવામાં આવતાં ત્યારે કંઈક અલગ જ વિચાર આવતો. કોણ છે આ ડરાગ જેવું વિચિત્ર રીતે લખાયેલ નામ ધરાવતો આ કવિ ? અને અચાનક એક દિવસ મારા ઈનબોક્સમાં સંદેશ આવી પડ્યો કે તમારે મારા મુક્તકોનાં આગામી પુસ્તક 'થનગનાટ' ની પ્રસ્તાવના લખવાની છે. હું ગુંચવાયો, ઈ-મેઈલમાં બધાજ ૨૦૦ મુક્તકો પણ આવી ગયા. એક એક પંક્તિઓ વાંચતો ગયો અને ફેસબુકની પોસ્ટમાં વાંચેલ એમના મુક્તકોનાં ચમકારા ફરી સામે પ્રગટ થયા અને પ્રગટ થયા પરાગભાઈ એમનાં થનગનાટ સાથે.

લાંબી વ્યવસાયિક કારકિર્દીની મઝલ કાપીને નિવૃત્ત થયા પછી પરાગભાઈનો સાહિત્યિક જીવડો સળવળી ઉઠ્યો છે એ સૌભાગ્યની વાત છે. એમને પ્રત્યક્ષ કે છબીમાં જુઓ તો પણ એમનો રંગીન મિજાજ પ્રગટ થયા વગર ન રહે. દેવાનંદની સ્ટાઇલમાં માથે ટોપી ધારણ કરીને ઉભરાતું હાસ્ય ગમે તેવાં ગંભીર માહોલને હળવોફૂલ અને રોમેન્ટિક બનાવવા માટે પુરતો છે. આ ઉંમરે તે કહી શકે છે કે 'જીવનમાં પડતા ઘસરકાથી ના મુર્ઝા, જીવન પણ ઘસાય પછી હિરાની જેમ નીખરે છે' અને ખરેખર કવિ નિખરતાં જાય છે અને કહે છે "પડવાનો એને ડર શાનો ? જેને લડવાનો શોખ છે"

દેવાનંદ અને રફીનો આશીક પોતાનાં પ્રેમભાવને વ્યક્ત કરવામાં પાછો પડતો નથી અને પ્રેમિકાને વચન આપી દે છે કે "હવે આવો તો અડધા મુકીને જાજો, જતાં અડધો મને લેતાં જાજો, એકમેકની સમીપ રહેશું એક થઈને", અને "ખબર નથી કેટલો ઉંડો છે એની આંખનો દરિયો, આશિકીનાં ડૂબનારા ઉંડાઈ ક્યાં માપે છે ?" કહીને કવિ પ્રેમનાં દરિયામાં ડૂબકી મારી લે છે. પોતાનાં વાર્ધક્યને વિસરતો નથી આ કવિ અને છતાં ભરયુવાનીનાં વિચારવિશ્વમાં કાળક્ષય કરી પ્રવેશ કરવાનું સતત સાહસ કરે છે અને ખુમારીથી કહી દે છે "તું પુછીશ ના ચહેરાને મારા, કરચલીઓ ગાલ પર સુકાય નહિ એટલે કોઈ એને ભીની રાખે છે". ક્યારેક એ વાત કરતો કરતો થંભી જાય છે અને

ટપકી પડે છે મૌનનું મુક્તક "તું કહે છે વાત કર, ને હું રહું છું ખામોશ, એમ જ વાત થઇ પૂરી"

પરાગભાઈના મુક્તકોમાં પ્રેમ, ખુમારી, શૃંગાર, વ્યથા, મોજ, વેદના, રોમાંસ જેવું વૈવિધ્ય છે. કોઈ મૂર્ધન્ય કવિ કે સાહિત્યકારને એમની પંક્તિઓ આછકલી લાગશે, છંદ શોધવાનો પ્રયાસ નિરર્થક નીવડશે, ક્યાંક કાવ્યતત્વની મીમાંસા કરવા માટેની શોધ નિષ્ફળ જતી હોય એવું પણ લાગશે પણ છેવટે કવિનો થનગનાટ તો અવશ્ય અનુભવશે જ એમ કહું તો અસ્થાને નથી.

આખરે તો અવ્યક્તને વ્યક્ત થવા દેવાની કવિની તૈયારી અને એમાં કોઈ છોછ ન રાખવાની ભાવના કવિને હસતો ખેલતો અને થનગનાટ કરતો કરી શકે છે એતો ચોક્કસ છે. મને આ મુક્તક સંગ્રહ 'થનગનાટ' ને વાંચકો સમક્ષ રજુ કરવાનું ગૌરવ પ્રદાન કરવા બદલ પરાગભાઈ પંડ્યાનો આભારી છું અને અભિનંદન પાઠવું છું.

અસ્તુ!

ડૉ. પ્રવીણ વાટલિયા
પૂર્વ કુલપતિ
વિસ્તરણ શિક્ષણ નિયામક
કામધેનુ યુનિવર્સિટી, ગાંધીનગર

૮, ભાદ્રપદ, સં. ૨૦૭૬
ગુરુવાર
તા. ૧૦, સપ્ટેમ્બર, ૨૦૨૦

અનુક્રમણિકા:

1. ગર્વ

સૂરજમુખી હોવાનો ના કર ગર્વ ,
ખીલ્યા પછી મૂરઝાવું , એજ ક્રમ છે કુદરતી –
સમી સાંજે સૂરજને પણ પડે આથમવું.

2. કહેર

કોરોનામાં કેશ-કર્તનનો કમાલ ,
કહેરમાં ક્યાં છે મસ્ત ટાલ, દમદાર સલૂનનું ફેસિયલ-
હવે માસ્કનો મેઇકઓવર કરે ધમાલ !

3. ભૂલ

ફુલ થવાની થઈ ભૂલ ,
કાંટાઓ વચ્ચે રહેવું પડ્યું ને
સૂરજ આથમતાં મૂરઝાવું પડ્યું .

4. લોકડાઉન

આવતી રહે મનના માર્ગે દિલના બગીચામાં ટહેલવા,
અહીં હજી લોકડાઉન નથી!

5. એફીલ ટાવર

આ તારું દિલ છે કે એફીલટાવર ?
નથી હું છેક ઉપર- નથી હું છેક નીચે,
ને છે અપરિચિતોનો સંગમ !

6. અભિમાન

એ હુશ્ન આટલું અભિમાન નથી સારું,
તરસી જઇશ મારા શબ્દો સાટું,
જ્યારે હું ઇશ્ક તો શું ફરિયાદ પણ નહીં કરું!

7. ઘસરકા

જીવનમાં પડતા ઘસરકાથી ના મૂંઝા,
જીવન પણ ઘસાય પછી હીરાની જેમ નિખરે છે!

8. આશીકી

એ હમેશા આશા રાખે છે કે હું એને માંગુ,
ને મને છે અભિમાન -- હું મારી જ આશીકી કેમ માંગુ?

9. નજર

સાંભળ્યું છે નજર તારી ખુબસુરત છે,
એકવાર ચહેરો મારો પણ નિહાળ,
રખેને મોહના મેઘધનુષ મારા પર મહેરબાન થાય!

10. બેમિસાલ

તમારી જ હોય વાત મારી કલમે,
કદાચ તમે છો એટલા બેમિસાલ કે
છોડે કદમ કલમ જો થાય વાત બીજાની!

11. જવાબ

મેં નજરથી ઇશ્કનો ઇશારો કર્યો,
એણે મુસ્કુરાહટથી આપ્યો જવાબ,
મેં હોઠના ઇશારે કર્યો પ્રશ્ન...
એણે નજર ઢાળી આપ્યો જવાબ!

12. કત્લેઆમ

દિલરુબા તારી ખેલદીલીમાં ખોવાયું દિલ,
સાંભળ્યું'તું પ્રણય સર્જે દિવાના પણ અજાણ હતો
મુસ્કુરાહટની કત્લેઆમ શરારતથી!

13. રંગોળી

સાંભળ્યું છે કે તેં રંગોળીની સ્પર્ધામાં લીધો છે ભાગ ,
દોરી નાંખ મારા ચહેરા પરની રંગોળી
થઈ જશે પ્રતિસ્પર્ધીઓ માત !

14. મજાક

હે અશ્રુઓ , આવી ભીડમાં કાં મારી ઉડાવો મજાક ?
એક ટપક્યું ને બોલ્યું : ભીડમાં એકલો પામી તને ,
દોડી આવ્યો !

15. અનામત

જીવતા તો મિલન શક્ય ના બન્યું
પણ રાખી છે જગા અનામત મારી કબરની પાસે ,
કોણ જાણે "કોરોના"માં તું ક્યારે આવી ચડે ?

16. જવાની

જરૂરી નથી કે પ્રણય યુવાનીમાં જ થાય,
હા એ છે હકીકત કે પ્રીત થાય ને જવાની આવી જાય!

17. રમકડું

નાદાનિયત મારી સજા બની ગઇ,
લીધું દિલ રમકડું બનાવી રમ્યા,
મચડ્યું ને પછી તોડવાની અદા પર ગામ આખું ફિદા!

18. પત્થર

પત્થર સંગ બાંધી બેઠો સંબંધના તાર,
હું તો ભૂલથી ખોલી બેઠો કાચના દિલના દ્વાર..
સોશ્યલ ડીસ્ટંસીંગ... આભાર!

19. ધોધ

આંખોથી પડતા પ્રીતના ધોધમાં વહી ગયો,
ખબર નો'તી કે પ્રણયનો દરિયો છે બહુ ઊંડો,
દિલમાં ડૂબ્યો નહીં તરતો રહ્યો!

20. હોંશિયાર

હોંશિયાર એટલો ના પણ હોઉં કે
કોઇના દિલમાં જગા બનાવી જઉં,
પણ હા એટલું ચોક્કસ કે કોઇ
ભૂલાવી ના શકે એવું હું કરી જઉં!

21. બેકાર

બેકાર છે સારવા અણમોલ આંસુ યાદમાં એમની,
જેના આશિક હજાર છે! એ દિલ થઇ જા ફના
એની પર જેને તારો ઇંતેજાર છે!

22. અપેક્ષા

નાનીશી જીંદગી પણ દઇ ગઇ મોટીમસ શીખ ,
સાહેબ સંબંધ સૌ સાથે રાખો - પણ રાખો ના કોઇ અપેક્ષા !

23. ખૂબી

એવી ખૂબી શું તુજમાં કે -- દિલ ચાહે છે :
જે છે એથી વધુ પ્યાર પામવા - દિલ ચાહે છે :
સંબંધ બધા તુજથી બનાવવા !

24. ઠોકર

જમાનાની ઠોકરે પથ્થરશું બની ગયું'તુ દિલ ,
તમે શું આવ્યા ને કાચનું ઘર બની ગયું દિલ !

25. તડકો

નજરનો જામ નશીલો પણ ડૂબાડે તો ખરો,
પ્રીતનો ઘૂંટડો કડવો પણ પીવાય તો ખરો,
જીંદગીમાં ખાસો તડકો પણ જીરવાય તો ખરો!

26. લાગણી

મળી ના *લાણી* - *લાગ* જોઈ-
પોબારા ગઇ *ગણી* - એવી "લાગણી"!

27. ભૂલાવીશ

ના સમય કહે છે – ગુમાવીશ નહીં,
દિલ કહે છે – દિવાનો ના થઇશ,
પ્રણય કહે છે - અજમાવીશ નહીં,
પણ હું કહું છું - મને ભૂલાવીશ નહીં !

28. કોળિયો

શાકભાજીનો ક્યાં હવે કરવો ભાવ-તાલ ?
કોળિયો ભરી જાય કોરોના વગર ભાવ-તાલ !

29. ગુલદસ્તો

ગુલદસ્તો ગુલાબનો લેવા આપી પાણી સીંચ્યો છોડ,
ખબર ક્યાં હતી કોરોનાનો કહેર ઉગાડશે થોર !

30. સજા

પહેલા હસાવે પછી રોવડાવે,
આ પ્યાર બી તો ... કઇ ભૂલની સજા કરાવે ?

31. શોખ

પડવાનો એને ડર કેવો ?
જેને ઉડવાનો છે શોખ !

32. ઝલક

મને ક્યાં સપનાથી ફૂરસત બધું મળે છે,
નથી મળતી તો.... એ તારી એક ઝલક !

33. વાયરો

વાયરો આ જબરો, તને લઈ જાય દૂર –
પણ હું વધુ નજીક આવું.

34. ચહેરો

ખેલૈયાઓમાં શોધતો રહ્યો જાણીતો ચહેરો,
ભૂલી ગયો શું કે યાદોંમાં પાછો સરી ગયો ?

35. ફિદા

કોઈ છે નારાજ ને કોઈ ફિદા,
વાંક કોનો ? નજરનો કે ચહેરાનો ?

36. ઉંઘ

ઉંઘ આવશે, સ્વપ્ન આવશે,
તમે આવશો, એમ જ થઇ સવાર-
ના ઉંઘ આવી ના તમે!

37. મોતી

કિનારેથી પૂછો છો, કેટલો ઉંડો સાગર?
કૂદો - તળિયે મળશે પ્યારનું મોતી.

38. ખોજ

ખુશકિસ્મત છે તું – કે બની છે તું મારી ખોજ,
બાકી કોઈ કોઈને પણ પસંદ ક્યાં નથી કરતું?

39. સડક

માનતો'તો જીવનના દરેક વળાંક પર તું મળીશ,
પણ ખબર ક્યાં હતી? સીધી જ છે સડક પ્રેમની!

40. અભિમન્યુ

ઈચ્છા ધરબાઈ ના દેવાય,
સંતોષવી જરૂરી-નીડર થઈને કર પ્રપોઝ કે
અભિમન્યુ કોઠામાંથી નીકળી શકે ન બહાર !

41. વિરહ

એમ જ નથી ચૂપ હું પૂછો –
છે કારણ! તમે તો આપી વિરહ,
અવાજ જ લઈ ગયા !

42. કોળિયા

કોળિયા ભરતો ગયો કોરોનાનો સર્પ,
લીસોટા છોડતો ગયો કહેરના કરી જીવનનો સંહાર!

43. ટેસડા

રસ્તા લાંબા-ટૂંકા ઘણા મળ્યા,
મરજીવાને ક્યાં મજબૂરી નડે છે?
એક જ તો જીવન છે ટેસડા કરવા !

44. ઘોડા

દિલથી નીકળી આંખો વતી,
એના દિલમાં દોડી ગયા ઘોડા લાગણીના,
અટક મારી લાગી એને એટલે સરનામું તો બદલાયને !

45. ગાલિબ

કવિતાઓનો મારો આ ખજાનો,
"મેરે અપનો" ને કંઈ એની કિંમત નથી;
એ તો સમઝાશે ત્યારે ત્યારે,
વેચાશે બજારમાં ગાલિબ જયારે જયારે!

46. ડૂંગરા

સ્વજનો - હજી ઇસીજી મોનિટરમાં ડૂંગરા ધબકે છે,
ક્યારે શાંત સપાટ ચટ્ટાન આવી જાય - ના કહેવાય !

47. સમય

પકડ્યો પકડાય ના,
જકડ્યો જકડાય ના,
છટકી જાય છે સમય...
તું આવે જો આગોશમાં - તો થંભી જાશે સમય !

48. દરજી

હું દરજી એવો નિપુણ, ફાટેલા સંબંધોના કપડાંને,
સ્નેહના દોરાથી બખીયો-ઓટણ ભરી દઉં !

49. હાલ

જીવનમાં તારું હોવું અનિવાર્ય
કોક તો એવું હોય જેને હાલ મારો,
વગર વાણીએ વગર શબ્દે સમજાય!

50. ભાર

કે'છે જાન નીકળે છે ને લાશ ભારે થઇ જાય છે,
કેટલો ભાર દિલ લઇને જીવ્યો હશે ?

51. મોત

શા માટે કરું પ્રેમ તને ફૂલની કોમળતા સમાન,
ઋતુ મુજબ થાય મોત અવિરત,
વહ્યા કરું જો નદી સમાન !

52. ખેલ

હું તો જંગલી ફૂલ,
મારી ફોરમ લાવે ખેંચી શિકારી –
મહીં ખેલ મસળવાનો નિહાળે !

53. ઘરેણું

એના ચહેરા પરનું ઘરેણું એ એનું સ્મિત,
પછી ક્યાં જરૂર ભેટ આપવાની – ઝુમખું !

54. તલાશ

હસીન સફર છે જીવનનો,
છતાં સૌને કંઇક તલાશ છે,
કોક મંઝિલ પર બેઠા શોધે છે રાહ;
કોઈ રાહ પર રખડે છે મંઝિલ સાટું !

55. આદત

જીવનમાં મારું હોવું જરૂરી છે તો આદત પાડો..
હું જ હોઇશ તમારી સાથે હમેશાં બીજું કોઈ નઇ!

56. વાચા

સાચું કહું તો પ્રેમ શબ્દોમાં
વંચાય છે વ્યક્ત નથી થતો,
શબ્દો ઓછા જ પડે છે પણ
આંખોની વાચા અવિરત વહે છે!

57. ઢીંગલી

ઢીંગલી બોલી "ઢીંગલા,
મને નથી ખબર કે તું મને જીંદગી કેમ માને છે..
પણ તું તો મારો પ્રેમ છે!"

58. વાદળ

વર્ષાની હેલી એક બહાનું છે આ તો
એને જોવા મોકલ્યા વાદળ છે!

59. કફન

કાપડ હતું બહુ મોંઘું,
કફન શું થયું -- ને બહુ સસ્તુ થયું !

60. અવાજ

આ અવાજ વિના મૂંગા રહેવાનું જ પરિણામ છે,
અળગા થયા - યાદ તો બોલકણી જ છે!

61. ઘાયલ

લટોની રાખી લચકન, પ્રેમમાં આપવા મચકન,
એ વાત જુદી છે શસ્ત્ર સમજી, તમે થયાં ઘાયલ!

62. સળ

બદલું છું પડખાં ખાલી પલંગ પર,
સોનેરી શમણાં તાજાં થાય જોઈને સળ પથારીમાં!

63. શબ્દો

એકલતા ખુલી આંખે જુવે સપના ને તારો અહેસાસ,
પછી દિલના ઉમંગો શબ્દો થઈ સરી પડે કવિતા!

64. મીઠી

વાહ કેવા રૂપાળા નિરાળા –
ખુશનસીબ છે જેની પાસે આપ;
મારી પાસ બસ મીઠી આપની યાદ!

65. નવાઈ

ફ્રીમેલે લખ્યું છે પોસ્ટ-કાર્ડ,
"ઈ-મેલ"ના જમાનામાં, નવાઈ તો લાગેને !

66. ખુશ્બુ

પૂછે છે જમાનો મારી કવિતાની મહેકનું રાઝ,
કેમ કહું એ છે તારી ખુશ્બુ શબ્દોમાં !

67. ચકનાચૂર

યાદોના નશામાં છું હું ચકનાચૂર,
તારા પર શબ્દોનું ચિત્રણ કરું ને થઉં મશહૂર!

68. મોસમ

કસમયે ભીની થાય આંખો,
વેદના જ ના હોય...
યાદોની ઝરમર મોસમ પણ હોય!

69. વાત

આવો ક્યારેક એવું પણ કરીએ,
હોઠોંથી કંઈ ના કહીએ –
આંખોથી જ વાત કરીએ!

70. મઝા

નફરત કે પ્રેમ દર્દ તો હોય જ,
પ્રણયની મઝા જ એમાં છે દોસ્ત,
પ્રેમમાં પાકીટ ના રખાય ખિસ્સામાં,
લૂંટાવાની મઝા જ કંઈ ઓર છે !

71. આભાસ

આભાસ સારુ નામ લાગે છે,
ચલો કોઈકને માટે તો ખાસ છું;
તને તું ક્યાંથી મળે ?
સંતાડ્યા છે તમને તલાશ ખોટી કરે છે!

72. દિલ

કંઇ બોલ્યા નથી પણ વાત થઈ જાય છે,
નૈનોની વાચા આ દિલ સમઝી જાય છે.

73. પલકારા

પાંપણના પલકારા પ્યાસ જગાવી જાય છે,
પણ સારું છે અધર બુઝાવી જાણે છે!

74. કેમ

કહ્યું'તું તેં - હું ના હોઉં ત્યારે આમ કરજે,
હું ના હોઉં ત્યારે તેમ કરજે,
મેં બધુંજ આમ-તેમ કરી નાંખ્યું પણ હજી એ....
એમનું એમજ કેમ લાગે છે ?

75. શૈશવ

હજારો આવે પણ એક જ ગમે છે,
હસાવે છે ને રડાવે છે એજ,
જવાનીથી ઘડપણ સુધી સાથ આપે છે,
ને એજ મારા શૈશવને પંપાળે છે!

76. કલમ

કલમ કંઈ એમ જ રડીને આંસું અક્ષર બન્યા,
પૈગામ તારા નામનો -વાંચીશ જો તું,
તો ચોક્કસ થઇશ મજબૂર મળવાને,
આ તો છે પ્રેમના હરખઘેલા અક્ષર!

77. ધડકન

દડી પડ્યા આંસું સાથે સૌ..
સપના ભર્યા'તા જે આંખમાં,
રાખ્યા જો હોત દિલ મહીં -
ધબકતા હોત ચાલે ધડકન ત્યાં સુધી!

78. ખામોશી

ઘૂસી ગયા છીએ ચુપચાપ,
કબજો જમાવી બેઠા છીએ,
માત્ર ખૂણામાં નહીં આખા ઘર પર,
ઉડાવી રોમાંચની જ્યાફત ....
દૂર કરી ખાલીપાની ખામોશી !

79. થનગનાટ

પાર્ટીનો ઝગમગાટ, ગીફ્ટનો ગણગણાટ,
પછી કેમ ના હોય ખુશીઓનો "થનગનાટ"!

80. પ્રેમ

એવો હતો તો હોય, એવો હોય તો હશે,
પણ એવો નથી તો નથી, નથી થતો એવો પ્રેમ!

81. પીળો

ચહેરો જોઇ બોલી -
પાન પીળું થાય છે કે શું!
ખોટું પાન જોયું -
દિલનો રંગ ક્યાં પીળો થાય છે?

82. બચપણ

જયારે દીકરી ખખડાવે એટલે સમઝવું
કે દીકરી માં થઇ ગયી છે,
જયારે દીકરી માં બની જાય એટલે સમઝવું
કે ફરીથી બચપણ આવ્યું !

83. પેચ

મને ચગાવે તું ને તને ચગાવું હું,
તારા પેચમાં હું ને મારા પેચમાં તું,
ના કાપું તને હું ના કાપે મને તું,
જો હું કપાઉ તો લપેટે તું જો તું કપાય તો લપેટું હું !

84. ભીના

કમનીય કાયાવાળી સ્નાન કરીને
બાથરૂમમાંથી આવે બહાર,
ને એના ભીના વાળમાં હું આંગળીયો ફેરવી –
કસ્તુરી મહેકનો એહસાસ કરું!

85. ચન્દ્રરસ

ચાલને ચાંદની રાતમાં ચાલીયે,
વિરહ પછીનો સરતો મિલનનો સ્પર્શ,
જાણે નભથી ઝરતો ચન્દ્રરસ,
ઉજ્જવળ કરતો તુજ ગાલને,
સોમરસ એ ઘડીભર પી મ્હાલીએ!

86. પતંગ

કાયાની શું કામ રાખવી માયા?
એક દી'તો પતંગ કપાઇ જ જવાની!
પતંગ જેવી લહેરાતી આ જીંદગી....
કોક દી'તો વિખૂટી પડવાની!

87. દોસ્તી

તારી સાથે શું રહ્યો એક ચાહ પેદા થઈ ગઈ,
તારી સંગ વાતો કરવાની આદત થઈ ગઈ,
એક પળની જુદાઇ અસહ્ય બની ગઈ,
દોસ્તી ધીરે ધીરે પ્રણયની ખબર બની ગઈ!

88. વિશ્રામ

એ હસીન સમય તારી સાથેનો ,
કમાલ ચાલી ગયો મુસાફરની જેમ ;
ને હવે મારા થંભી ગયેલ જીવન રાહપર ,
બસ યાદ બનીને વિશ્રામ ફરમાવે છે !

89. પરિભાષા

આપણો સંબંધ સુંદર સજાવેલો જાણે નાતો ,
સાવધાન ! જોજે હમેશાં ઇજ્જતની નજરથી ,
સંભાળજે કટુ વચન પળભરમાં નાંખશે તોડી !
ભાષા રહી સદાય સંબંધની પરિભાષા !

90. પગલી

ખર્યું ખર્યું એક પાન લગ્નજીવનનું ,
કંઈક નવી કુંપળો ફૂટવા એક પાન ખર્યું ,
ને જીવન આજ એક વરસ જૂનું થયું ,
પા..પા.. પગલી મંડાતો ચાલશે સંસાર કંઈક આમ જ !

91. રણકાર

અમસ્તુંજ તારું આકર્ષણ ના હોય,
અમસ્તુંજ આમ પાંપણે તું ફરકી ના જાય,
હૃદયની ધડ્કનોમાં તારો ચેહરો ભળી ના જાય,
અમસ્તાંજ તારા શબ્દો રણકાર થઇ ના સંભળાય...
આ ચોક્કસ પ્રેમ જ છે!

92. છેડ-છાડ

જાગી ગયા? અમે હજી સપનામાંજ છીએ,
જાગીને જોઇશું તો સામે તું જ હોઇશ!
તો ચાલને ફરી પોઢી જવા દે,
સપને તો તારી સાથે છેડ-છાડ કરી શકાય!

93. મારણ

જેમાં પ્રેમ ભળેલો હોય.....
એ ક્રૂર તો શું સાજીશ જ ના હોય,
અને પ્રેમ ઝેરનુ મારણ છે એ પાકું છે !

94. પાંપણો

જ્યારથી નજરમાં વસ્યો તું ....
ત્યારથી પાંપણો અંધાપાનો કરે છે ડોળ,
બંધ આંખોમાં ફક્ત તારી તસવીર રાખે છે !

95. ઝનઝન

આદત છે મને ધીમી,
ઝનઝન કરવાની ઝાંઝરથી ;
મઝા પડે છે તારી ઝડપી, ધકધક સાંભળવાની દિલથી !

96. શૂન્ય

શૂન્ય જ બરાબર છે એક થવા માટે,
એથી ઓછામાં અંતર વધશે,
દિશા ઉંધી થશે એટલે.. ધિક્કારની લાગણી જનમશે !

97. અંતર

સાચી જીવવાની રીત એજ છે: ભરતી પછી ઓટ,
આરોહ પછી અવરોહ, શ્વાસ પછી ઉશ્વાશ,
પણ રાખ અંતર શ્વાસોશ્વાસમાં !

98. પકડ

આંગળીઓના આલિંગનમાં બે પંજા એક થશે...
હથેળી મળે કે ના મળે,
રેખાઓ એક થાય કે ના થાય,
પંજાની પકડ સનમ જીવનભર રહેશે !

99. સાથ

અમને નડી ગઈ પરીક્ષા તારી ખુદ્દારીની,
શું ખબર કે છોડાવતા હાથ, સાચેજ છોડી દઇશ સાથ.

100. આઇનો

કહ્યું'તું સંભાળીને જોજે આઇનો,
મારી નજર વસે છે દર્પણમાં,
કહ્યું'તું જોજે કાળી બીંદી કરી અરીસો,
આજે છેતરામણો છે!

101. કાયદો

આંખોની બોટલો રાખવાનો એને નહીં નડે કાયદો,
પણ અમને ડોલ્યા કે નશાખોર કહી પકડશે કાયદો...!

102. અફલાતૂન

અમને તો સંભળાયું કે હું આવું છું ને
મોસમ અફલાતૂન બને છે, પણ સાચું કહું તો–
મેઘધનુષ, તું જ એમાં રંગ ભરે છે!

103. લવજીભાઇ

લો કરી ભૂલ તમે લવજીભાઇ થયો છે તમને પ્રેમરોગ,
તો એક હળવા ચુંબનથી જ કરી દેત સાજા
આખિર - અમે બી મેળવી છે,
ઉપાધિ "ડોકટર ઓફ લવ" ની !

104. બેલેન્સશીટ

તો પ્રેમનું કોમર્સ પણ જાણતા જ હશો,
જેમાં એસેટ્સ નહીં ફક્ત લાયેબીલીટીસ હોય
તે પ્યારની બેલેન્સશીટ; જેમાં પ્રોફિટ નહીં ફક્ત લોસ હોય
તે પ્યારની પીએન્ડએલ; આ જ પ્રેમની આર્ટ છે –
સમઝાય તો મેળ પડે!

105. મહેક

તારી ગુલાબની મહેક મહોબતને કરશે સુગંધિત;
ચોમેર ફેલાશે સુવાસ ચર્ચા થશે –
આ કોણે બનાવી મહોબત ખૂશ્બુદાર!

106. પ્રેમાંકુર

ગમવું એ તો પ્રેમાંકુર હતું, બીજ હવે છોડ થયો છે,
પુષ્પ ખીલી બહાર ના આવે તો, ગુલિસ્તાંને ક્યાંથી ગમે ?

107. પ્રીત

આલિંગનના રોમાંચમાં સ્પર્શની આસ ક્યાં ?
દિલનું મિલન ઓષ્ટ થકી પછી ચુંબનના ઓરતા ક્યાં ?
વાતોવાતોમાં પ્રીત જગજાહેર થઈ ગઈ !

108. કળા

શામ-દામ-દંડભેદ એ લોકોની કળા છે,
આપણો પ્રેમ - ભંગ કરવા ;
નાસમઝ નીકળ્યો તું મારા દિલને
સાંભળવામાં, કેમકે તારું તો છે મારી પાસે !

109. છબી

વિરહના સપનાની રંગત કંઈ ઓર જ હોય છે,
મિલન કરતા ખુલી આંખે સપના જોવાનું ટાળ
પછી જો છબી તો બંધ પાંપણોમાં.....છે ને!

110. મજાલ

પેલું વહાલું નામ પણ ચિતરાવી લેને
જે નામે તું મને બોલાવે છે,
પછી શું મજાલ છે તારા દિલની કે -
બીજા કોઈ માટે એ ધબકારો ચૂકે!

111. ભૂત

અભૂતપૂર્વ હતી જે આજે ભૂતપૂર્વ છે
પૂર્વ-પશ્ચિમ શું મારી ચારદિશામાં ભાસે છે
રમતું -ભમતું એનુ બિહામણુ ભૂત.

112. પોટલું

કોઇ મારુ મકાન ખાલી કરી ગયુ
બધુ લઇ ગયા સિવાય એક,
હવે કયાં સુધી સંભાળુ આને –
બાંધેલુ પોટલું ફરી ફરી.

113. મસ્તી

જીંદગી છે એટલે ગડમથલ તો રહેવાની,
માટે કાલે મોજ કરીશું એ વિચાર છોડ,
આજે જ મસ્તી કરી લે.

114. નાવડી

આજે પણ તારા ઝાંઝરનો ઝણકાર એવો જ છે,
આજે પણ મારા પ્રેમનો રણકાર એવો જ છે,
હજી તો નાવડી મધદરિયે આવી છે!

115. દોરી

બહુ ઉંચે લહેરાતા પતંગ પર
કાપનારાઓની નજર હોય છે,
અમે તમને લપેટ્યા છે બાંહોમાં -
આમ બે દોરી કેમ કાપશે કોઇ ?

116. પાનખર

મન ફાંકડું રમ્યા કરે છે એને ક્યાં પાનખર નડે છે,
ચહેરો દિલનો ઝૂલ્યા કરે છે એને ક્યાં કરચલીઓ પડે છે !

117. લોકડાઉન

એ ખુશ લાગે છે અમારા સોશિયલ ડીસ્ટંસીંગથી,
તો લો અમને પણ મંજૂર છે આ લોકડાઉન એક્સ્ટેંડીંગ !

118. કોરોના

તું ના આવે મળવા પણ
રોજ તારી યાદ આવે મારવા,
એટલે સારો કોરોના આવે તો
એક ઝાટકે ખેલ ખતમ કરવા!

119. ધન્નો

કવિતા વિના શું કવિ,
સખી વિના શું શોખ ને ધન્નો વગર ક્યાં ધંધો;
આ તો છે દર્દની સ્યાહી જે કાગળ પર ઉતરી!

120. અડધો

હવે આવો તો અડધા મૂકીને જાજો,
જતાં અડધો મને પણ લેતા જજો,
એક-મેકની સમીપ રહીશું એક થઈને!

121. કોશિશ

કાફી છે એક તસવીર તારી વાત કરવા માટે,
હવે બહુ થઈ ગઇ કોશિશ તારી એક મુલાકાત માટે!

122. બેરંગ

એ મોત તારો રંગ જોઉં જો તું તેડે?
ભયાનક કે આકર્ષક કેડે? કે બેરંગ પારદર્શક છેડે?
મેઘધનુષી સપ્તરંગી જ હશે,
જે જાય જોડે - કાયમ માટે સંબંધ તોડે!

123. આગમન

પાછું વળીને હસીને જોવું,
આંખોમાં મારી આંસુઓનું ધસવું,
આપનું જવું ને મારું ઉદાસ થવું,
કાશ મારા જીવનમાં આપનું આગમન ના હોત થયું!

124. માસ્ક

હવે હોઠોની ભાષા કળવી અઘરી,
હસે છે કે છે લાલઘુમ ?
છે રહસ્ય "માસ્ક" ની પાછળ વાવાઝોડું !

125. બેવફા

હતી ઇચ્છા તારી સંગ જીવન ગુજારવાની,
પણ નો'તી ખબર નીકળશે બેવફા -
તારી જેમ અપેક્ષાઓ મારી.

126. સાવિત્રી

લેવા આ સત્યવાનને જો યમરાજ કોરોના થઈ આવે,
તો શું કામયાબ ખેલ રચે સાવિત્રી આ યમદૂતને ઠેલવાને ?

127. પ્રેમપાઠ

ખરી રમત રમાડે રામ,
પાઠશાળામાં શીખવાડે સઘળાં પાઠ સિવાય એક;
સાલું જબરું પ્રેમપાઠ સ્વયં આવડી જાય!

128. સુનામી

હરખપદુડો ના થા,
નાદાનિયતમાં દિલમાં છવાશે સન્નાટો;
અહીં ઘોંઘાટીયા સોશિયલ મીડિયા થકી,
અફવાઓનાં સુનામી રોજ વેરે વિનાશ!

129. મહેબૂબા

પૂછ્યું એણે - શું મહોબતનો નવો ખેલ ખેલે છે?
કહ્યું મેં- હા, વચન આપ્યું છે એણે,
એકવાર તો નક્કી મળવા આવશે જ!
માટે બનાવી છે મહેબૂબા મોતને!

130. છેલબટાઉ

કોરાકટ ટેબલ પર મીઠાઈના ટુકડાનું પડવું,
ને અચાનક કિડીયારું ઉભરાય,
એમ તારું રંગમંચ પર આગમન ને -
છેલબટાઉ મનમોજીઓથી હૉલ છલકાય!

131. કિમત

ટપકતા અશ્રુઓની કિમત વધી જાય છે,
જ્યારે એક એક સવાલોના જવાબ એમાં અપાય છે!

132. અશ્રુ

મારે કયાં જોવાનું કે તેં અશ્રુ સાર્યા કે ફૂલ ધર્યા?
ફૂલો જ ગમશે સૂકાયેલા અશ્રુઓ કરતાં!

133. ઉપચાર

કહું કેમ સમજને-
એ ભેદ છે તારા પ્રભાવનો
ઉપચાર તારી જ પાસે છે મારા હર્ષઘેલા દેખાવનો.

134. કાગળ

કોરોના કહેરમાં જીવન જાણે બન્યું હવે ભીનો કાગળ,
નથી સળગવા સક્ષમ - નથી વહી જવાની તાકાત!

135. મારણ

નફરતના પ્યાલામાં ભરી પ્રેમ પાછો આપ્યો,
પી લે વ્હાલનો નશો છે મરણનું મારણ!

136. રંગલી

ભૂલ્યો વાતોને અને સ્મિત,
ભૂલ્યો અટ્ટહાસ્ય ને રંગલી હરકતો,
ભૂલ્યો હું તારી મને નીરખવાની અદા,
બસ એ પળોમાં હું છું મસ્ત!

137. માંજો

ઘસરકા વિના પ્રેમનો પતંગ પેચ કાપે નહીં!
પ્રેમની છે દોરી માંજો પાયેલી ક્યાં આવરણ જરૂરી?

138. ધાપ

જો ભૂલો પગલાં ને થાપા,
તો પ્રેમમાં ખાઇ ધાપ,
વળતરની જો હોય આશ તો એ પ્રીત કેવી?

139. તીરછી

ધાયલ કરવા ખેંચી છે તીરછી નજર,
મ્યાનમાંથી જેમ ખેંચીયે તલવાર કરવા વાર,
કરવા અપહરણ પછી તું ક્યાં સક્ષમ હોઇશ?

140. પાદર

ફર્યોં એ પાદર, નાહ્યો એ નદી-નાળે,
હજી એવા જ છે; રખડ્યો એ શેરી ને ગાળામાં,
હજી એવા જ છે; વસુ છું એ ઘરમાં ને વિહરું એ જ આંગણે,
પણ તું નથી હવે હું કેટલું ઝીલું?

141. પ્રયોગ

પ્રેમ જ એક વિષય જેના નથી કોઇ વર્ગ,
પ્રેમ જ પેદા કરે સંશોધક નવતર પ્રયોગ સાટુ,
પ્રેમ જ છે ઝાંઝવા સમાન ગાંડપણ કરાવે જ,
પ્રેમ જ છે જેની સાથે સૌને થાય ગાંડો પ્યાર!

142. બેફિક્ર

હ..મ..મ.. બેફિક્ર અમે જરૂર છીએ કેમકે ,
જર-ઝવેરાતની અમે આંકી છે કિંમત ઓછી ;
એક જ તો છે દિલ જે – ભૂલી ગયા તમે ?
ક્યારનું તો તમને આપી આવ્યા છીએ !

143. કાચીંડા

રંગ બદલતા કાચીંડા જોયા છે ,
મુખોટા બદલતા માનવી મળ્યા છે ;
હવે માસ્ક પાછળ છુપાતા ચહેરા જોવા મળે છે !

144. Doc

વાહ, **Doc** દવાથી તારી કોરોના થઇ ગયો ખતમ ,
વાહ-વાહ, **Doc** દવાના બીલથી દર્દી જ થઇ ગયો ખતમ !

145. મેકઅપ

સમયનું માપ પડછાયાને છાયામાં પાડી દે છે;
પરફેક્ટ રહેવા મેકઅપને આપ તિલાંજલિ!

146. ખભો

અરે જેનો ખભો ભીનો કરી આવ્યા,
એજ પૂછે છે કે આંખના ખૂણા કેમ ભીના છે?

147. રાહ

મુશ્કેલ જીવનને ચાલો કરીએ થોડું સહેલું,
ભૂલી જઇએ થોડી અપેક્ષાઓને ને થોડી રાહ જોઇએ!

148. ખયાલ

રિસાવું અને મનાવવું ના હોય તો પ્યાર કેવો?
ખયાલ પટાવી સુવાડવો ઠીક છે પણ મને નહીં !

149. કોશિશ ?

કેમકે એ આંખોમાં અમે વસીએ છીએ,
કોશિશ ન લોવાની કરવી જ પડે–
ક્યાંક અમે વહી જઇએ તો?

150. સાંકળ

શાયરીમાં દિમાગ સાથે દિલ છે જરૂરી,
ફક્ત શબ્દોની સાંકળ નથી શાયરી,
કાબેલીયત દિલ પર વાર કરવાની હોય
તો સર્જાય છે શેર!

151. તૃષ્ણા

ઝાંઝવાના જળ થઈ નીહાળી છે તૃષ્ણા તારી,
હવે કર આચમન અમૃતનું ને થઈ જા અમર!

152. ઘડપણ

મનની ગતિ એવી જ ત્વરિત,
તનનું કદમતાલ સીમીત; મનમીત થયો ભયભીત,
લાગે છે ઘડપણ આવ્યું બની નિમિત!

153. ગુણ

અશ્રુઓથી ભીનો હતો કાગળ,
સૂકાયા પછી ઉભરી હશે સેંકડો
તસવીરો તારી સૂકાયેલા આંસુંઓમાં,
સ્વચ્છ તસવીરોના સો ગુણ બને છે!

154. ભરતી-ઓટ

હું સળગાવી નહીં શકું પત્રોને ,
કેમકે એ ઘર કરી બેઠા છે દિમાગમાં;
યાદોનું એવું છે કે દિલમાં રોજ ભરતી-ઓટ આવ્યા કરે;
જ્યાં સુધી ચાર જણાં ખભે નહીં ઉંચકે !

155. એ-બે

અસમંજસમાં જવાય પડી કોઇ પૂછે
જ્યારે - શું કરે છે "એ" ?
લથડતી જીભ બોલે – હવે થયા છે "એ-બે" !

156. ચૂમીઓ

તમે ઝાકળની અપેક્ષા રાખી આ વરસાદી માહોલમાં ;
અમે તો વહાલસોયી ચૂમીઓ લઈ આવ્યા મોં ધોવા !

157. નડતર

નડતર મને થાય જો તું કોઇના સ્વપ્નમાં જાય,
ગમે છે કે તું સપનામાં મળવાનું ધ્યાન આપે છે!

158. આશા

આશા રાખી'તી તારી પાસે સઘળી તજવીજની,
શું ખબર કે તારાજ હાથોમાં તરફડવાનું લખ્યું છે!

159. ખનકે

પહેરતી ગર્વથી સોગાત મારી ચાંદીનો ઝૂડો,
સાંભળ્યું છે કે ફેંકી દીધો છે,
કનડતી હશે મારી યાદ જ્યારે ખનકે ઝૂડો!

160. ભીંતો

સખીના આવતાં સુધી ઘર ભીંતો જ હોય છે,
પણ તારા ઇશ્કીમીજાજથી 'મુસ્કાન' મહેકે છે!

161. ખભો

બસ ભૂલી ગયો તેં જ કહ્યું'તું કે
રડવા માટે મારો ખભો હમેશાં છે,
હવે અશ્રુઓનો ખભાને ભાર લાગે છે
તે માટીખભો થઈ ગયો છે!

162. ઉંડાઈ

ખબર નથી કેટલો ઉંડો છે એની આંખોનો દરિયો,
આશીકીમાં ડૂબનારા ઉંડાઈ ક્યાં માપે છે?

163. છાપ

કાઠીએ બાંધ્યો છે દેહ એવો ધમપછાડા કરે ના,
છાપે ચઢ્યા પછી છાપ શું સુધરે ? શું બગડે ?

164. સ્પર્શ

તને બાંધી રાખવા હદ સુધી ખેંચવો જરૂરી ;
સૌંદર્ય પર પડી જાય ના ભૂસાય તેવા દાગ ;
એટલે સ્પર્શ તું કર નહીં !

165. નશો

જે હકીકત છે એમાં અવિશ્વાસ કેવો ?
નશો તો ચડશે જ પ્રેમનો જામ છે આ !

166. અપરાધ

માહિતગાર છું તડપનથી છતાં છલોછલ હુસ્ન પર,
ઇશ્ક બેહિસાબ છે – જોઈ તને લાગ્યું,
આ અપરાધ કરવો વ્યાજબી છે!

167. ભડકો

જ્યારે ભડકો જ કરવો છે તો છેટું શા માટે?
તૈયાર છું ભડકે બળવા પછી આ છેટું શા માટે?

168. વાડ

પ્રેમની પારદર્શકતા માટે શંકાની વાડ તોડવી જરૂરી,
જમાનાએ ઊભી કરેલી મનની ભીંતમાં
ચાલ આજે બારી-બારણા ખોલીયે!

169. તોફાન

દાખલા છે કેંક વધ્યા પછી ના પાછા વળાય,
મનનું સુકાન થાય નાકામ...
આવતા દિલના દરીયામાં તોફાન!

170. સિંદૂર

અમે ભર્યું જીવન તમારું તમામ ખ્વાઇશો પૂરી કરી,
ખબર ક્યાં હતી કોક બીજું સિંદૂર ભરી જશે?

171. ચહેરો

રોજ અગાશીમાં આવી ગર્વ કરતો'તો ચાંદ,
મેં પણ દિલ ખોલી ચહેરો તારો ધરી દીધો!

172. સુશાંત

ન આંખોમાં છલકાયું - ન મિત્રોને સમજાયું -
ન કાગળે ટપકાવ્યું, બસ અંદર જ પાળી મોત વહાલું કર્યું;
"સુશાંત" બનાવ્યો : **Unhappy father's day !**

173. લત

હતો હું પણ એકવાર હોશમાં પણ લાગી છે –
તારી લત હવે, નજરના જામ પી બેહોશ થવાની !

174. રાણા

હકીકતમાં તમને રાણા કહ્યા છે કેમકે ;
ઝેર જે પીધાં જાણી જાણી આ મીરાંએ !

175. ખાલીપો

ચેતી જજો તમને પડી ગઇ છે ટેવ મારી,
જીવનમાં તમને ખાલીપો ભાસશે જ્યારે હું જઇશ વહી!

176. ઇલાજ

બધાં રોગનો કરે ઇલાજ સ્પર્શ - એ પ્રેમરોગ,
પછી ચચરવું એ ગુણધર્મ છે પ્રણય સ્પર્શનો !

177. અદભૂત

દોડ્યા પાછળ તમારી લૂંટાવી બધું,
પણ નજર સુધ્ધાં ના ફેંકી !
ને આજ... દોડી આવ્યા જોવા કોણ જાય છે?
હાથમાં હાથ નાખી સંગ મારી.... અદભૂત!

178. ફના

લીધો છે જન્મ થોડો ફક્ત શ્ર્વાશ લેવા ,
હુશ્નને પામવા ઉછેર્યો છે ઇશ્કને ,
પ્રણયમાં ફના થવાનો - શોખ પણ રાખીયે છીએ !

179. ખોટ

ખાતું ખોલાવ્યુ'તુ પ્રેમનું રોમાંચક નફો કરવા ;
શી ખબર કે ખોટમાં નફો થશે !

180. હિસાબ

આંખોની ભાષા વંચાય ત્યાં શિષ્ટાચાર નથી જોવાતો ,
મહોબ્બત અને મદ્યપાનમાં હિસાબ નથી જોવાતો !

181. સજા

પ્રેમ હમેશાં રહ્યો છે હળવોફૂલ...
એની સજા ભારે, સો ટચ ખૂલી પાંપણે –
ઢળે તો... સમજજે સજા કરી તેં !

182. આઘાત

તમને મરવાના આઘાત પછી જીવવાનો અહેસાસ થશે,
જ્યારે અમારા ઇન્કારમાં ઇકરારનો અહેસાસ થશે;
રોમાંચની ખુશીથી ઝૂમશો તમે,
એમ થોડા મરશો "હા" થી કેમકે,
તમારો હાથ અમારા હાથમાં જકડાયેલો હશે !

183. પાયલ

બહુ ભટકી વાદળસમી,
છાતી સરસી રાખજે ચાંપી,
તૂટી જઇશ હું પાયલની જેમ
ફાની દુનિયામા જો છોડીશ એકલાં !

184. ખામોશ

તું કહે છે વાત કર,
ને હું રહું છું ખામોશ ...
એમ જ વાત થઈ જાય પૂરી!

185. છબિઓ

છબિઓ તારી હમેશાં હસતી ભાળી છે,
પણ ક્યાં ખબર છે તને કેટલાં જખમ છે દિવાલો પર!

186. સંતોષ

એ પ્રશ્નનો ઉત્તર આપ ઇશ્વર કેમ એ તકદીરમાં નહોતા?
હા, હવે તો જે મળ્યું હતું એનાથી જ સંતોષ માનવાનો!

187. ખરતો

ખરતો તારો મારા સપનું સચ થવાનો સંકેત,
બોજ શાનો કેવળ સ્થાન બદલે છે તારો નભમાં!

188. ફાટેલા

એણે એવું ખેંચ્યું જીવન પહેરણ...
બસ હું આખો જ ચીરાઇ ગયો,
ફાટેલો જોઇ હવે કોણ રફૂ કરી જીવવા યોગ્ય બનાવશે?
બેઠો છું એ આસમાં!

189. આઝાદી

આપે છે આઝાદી તોય કહેવાય છે પ્રેમબંધન,
નવાઈ છે તુ બંધક નથી છતાં હું આઝાદ કેમ નથી?

190. ફાવટ

ખૂંચતી હશે ગેરહાજરી મારી
કેમકે એને છે શોખ પાર્ટીઓનો,
મને તો ફાવટ છે એકલપંડા રહેવાની !

191. દર્પણ

હટતી જ નથી કેમે કરી દ્રષ્ટિ દર્પણ પરથી,
કેમકે જોવુ છું મને પણ દેખાય છે તું!

192. કળા

હશે ચોક્કસ કારણ તોજ ના ટહુકે મોર,
પણ કળા કરે એટલે એને સમજવો મોર!

193. પુણ્ય

અમે તો કર્યું'તુ ગંગાસ્નાન પુણ્ય કમાવા,
એ વાત નોખી છે કે આપે શીખવાડ્યું;
આપણા અશ્રુઓ જ કાફી છે પુણ્ય મેળવવા!

194. માણસ

અજાણ્યાને પ્રખ્યાત બનાવી દીધો,
જમાનાના દર્દથી અજાણ્યો બનાવી દીધો,
ગુરૂજીની આ શું કૃપા થઇ, મને 'માણસ' બનાવી દીધો !

195. ઓળખપત્ર

પડછાયા મારા અને પડછાયા તારાનું
ઓળખપત્ર નહીં માગે - પડછાયો મારો;
હા, પણ પડછાયો તારો માંગે ઓળખપત્ર..
તો કુદરતનો કોપ નહીં પ્રેમનો દોષ સમજવો!

196. ગેમ્બલર

મોટા મોટા ગેમ્બલર પણ જાય છે હારી,
રમે જ્યારે એ જુગાર તસવીરોથી તારી !

197. રંજ

રંજ તો મને પણ છે બહુ આપણી જુદાઇનો,
પણ વિચારું છું કે હવે આમ પણ હું તારો છું શું ?

198. ઝાંખપ

ઘસાઈ પ્રેમીઓ થાય ઉજ્જવળ પ્રેમ નહીં,
ઝાંખપ લાગે આંખોને જીવન વહેતાં પ્રેમને નહીં !

199. મસ્તક

એવું નહોતું કે આપનું ખભે હળવું થવું નહતું ગમતું;
હા એ વાત સાચી છે કે મસ્તક તમારું ઉંચું કરી,
પરોવી આંખમાં આંખ
સ્વર્ગીય અનુભૂતિ વધુ પસંદ પડતી !

200. કરચલીઓ

તું લુછીશ ના ચહેરાને મારા,
કરચલીઓ ગાલ પર સૂકાય નહીં
એટલે કોઇ એને ભીની રાખે છે!

****

CPSIA information can be obtained
at www.ICGtesting.com
Printed in the USA
LVHW071947020421
683322LV00001B/5

* 9 7 8 9 3 5 4 2 7 0 9 9 4 *